Sách dạy nấu ăn không dầu và không béo hàng ngày

Khám phá 100 công thức nấu ăn ngon và tốt cho sức khỏe mà không cần dầu hoặc chất béo, hoàn hảo cho việc nấu nướng hàng ngày và lối sống lành mạnh hơn của bạn: Từ bữa sáng đến bữa tối, khám phá những bữa ăn ngon và bổ dưỡng sẽ khiến vị giác của bạn phấn khích và cơ thể bạn cảm ơn bạn.

Quyên Mỹ

NƯỚC SỐT 29

MÓN TRÁNG MIỆNG   4

KẾT LUẬN   19

Chế độ ăn kiêng không dầu và không béo đúng như tên gọi của chúng: một chế độ ăn kiêng không bao gồm dầu hoặc chất béo dưới bất kỳ hình thức nào. Những người theo chế độ ăn kiêng không có dầu và không có chất béo sẽ không sử dụng dầu lỏng, các sản phẩm bơ thực vật/bơ hoặc bất kỳ loại thực phẩm nào có chứa các thành phần này. Dưới đây là một số lợi ích của chế độ ăn không dầu và không chất béo:

a) Nó làm giảm chất béo, muối và calo

b) Nó thúc đẩy giảm cân

c) Nó có thể cung cấp các vitamin và chất dinh dưỡng thiết yếu

d) Bạn có thể tránh các loại dầu đã qua xử lý cao

e) Thực phẩm không dầu có thể ngon hơn

f) Nó có thể cải thiện sức khỏe tâm thần của bạn

BỮA SÁNG

1. <u>Khoai tây nướng ăn sáng</u>

Thực hiện: 4-6 phần ăn

THÀNH PHẦN:
- 1 muỗng cà phê bột tỏi
- 5 chén khoai tây đỏ hoặc vàng Yukon xắt nhỏ
- 1 củ hành vàng, thái hạt lựu
- 2 muỗng cà phê tỏi băm
- 1 muỗng cà phê muối biển
- ¾ muỗng cà phê gia vị vịnh cũ
- 1 muỗng cà phê ớt bột
- 1 quả ớt chuông đỏ, xắt nhỏ
- Nhúm hạt tiêu đen

HƯỚNG DẪN:
a) Làm nóng lò ở nhiệt độ 400 độ F.
b) Cho khoai tây, hành tây và ớt đỏ vào tô lớn.
c) Quăng với tỏi.

d) Thêm gia vị, muối và hạt tiêu đen và trộn cho đến khi kết hợp
tốt.

e) Cho vào đĩa nướng hoặc chảo gang và nướng trong 45 phút.

f) Ăn kèm với salad, hoặc bất kỳ món ăn nửa buổi nào khác!

2. <u>mặt bếp Granola yến mạch và quả mơ</u>

Thực hiện: 10 phần ăn

THÀNH PHẦN:
- 1⁄2 chén hỗn hợp quả mọng
- 1⁄2 chén quả mơ khô
- 3 chén hạnh nhân thô, ngâm (tùy chọn)
- 2 chén yến mạch cán mỏng
- 4 gói Stevia 1 gram
- rắc muối biển

HƯỚNG DẪN

a) Kết hợp hạnh nhân (nếu sử dụng), quả mọng và quả mơ trong một bộ xử lý thực phẩm.

b) Trong một cái chảo lớn, đặt trên bếp, nấu hỗn hợp trên lửa vừa.

c) Khuấy với yến mạch cán mỏng, cỏ ngọt và muối biển.

d) Nướng trong 15 phút trên lửa vừa, khuấy thường xuyên hoặc cho đến khi yến mạch giòn.

e) Làm nguội hỗn hợp bằng cách trải nó ra giấy da.

f) Giữ bình chứa kín khí.

3. <u>Stovetop Yến mạch luộc với Toppings</u>

Làm cho: 1 phần ăn

THÀNH PHẦN:
- ½ chén yến mạch cán
- ½ muỗng cà phê quế
- ½ chén nước sôi

TOPPING
- trái cây cắt lát
- Maple Syrup hoặc mật ong
- sô cô la chip
- Đường nâu hoặc đường thô

HƯỚNG DẪN

a) Cho ½ cốc yến mạch và ½ cốc nước sôi vào nồi, đậy nắp và ngâm qua đêm.

b) Vào buổi sáng, thêm 1 thìa cà phê quế vào nồi và khuấy đều.

c) Đun sôi, sau đó giảm nhiệt và đun nhỏ lửa cho đến khi yến mạch mềm và hầu hết chất lỏng đã được hấp thụ, khoảng. 5 phút nữa.

d) Bảo quản trong hộp kín trong tủ lạnh tối đa 4 ngày.

4. <u>Bột yến mạch dứa & quả mọng vi sóng</u>

Làm cho: 2 phần ăn

THÀNH PHẦN:
- 1 cốc sữa thực vật
- ½ chén dứa đông lạnh
- ½ chén yến mạch nấu nhanh
- ¼ chén quả mọng
- 2 muỗng cà phê xi-rô phong
- ⅛ muỗng cà phê muối kosher
- 1 muỗng canh hạt điều thái nhỏ (tùy chọn)

HƯỚNG DẪN

a) Khuấy sữa thực vật, dứa, yến mạch, quả mọng, xi-rô và muối trong một bát vừa và nhỏ.

b) Đổ vào cốc.

c) Đậy nắp và cho vào lò vi sóng cho đến khi có dạng kem, khoảng 3 phút rưỡi.

d) Rắc các loại hạt, nếu sử dụng.

5. <u>Yến Mạch Lạnh Sữa Chua Dừa Không Đường</u>

Làm cho: 2

THÀNH PHẦN:
- yến mạch hữu cơ
- Quả nam việt quất khô
- 1 quả chuối
- 1 thìa sữa chua dừa không đường
- Một nắm hạnh nhân (tùy chọn)
- Một ít quả óc chó (tùy chọn)
- Dựa trên thực vật để hương vị

HƯỚNG DẪN:
a) Kết hợp tất cả các thành phần trong một cái bát và dùng với sữa làm từ thực vật yêu thích của bạn.

6. <u>bánh cuộn C</u>

Thực hiện: 1 Khẩu phần

THÀNH PHẦN:
- 1⅓ muỗng canh men
- 1 cốc sữa ấm tách béo
- ¼ chén đường
- 3 chén bột, chia
- 2 Lòng trắng trứng
- 1 muỗng cà phê muối
- 1 chén đường nâu
- 2 muỗng canh quế
- 1 Lòng trắng trứng
- 1 muỗng canh Sữa gầy
- 1⅓ chén Đường bột
- 2 muỗng canh sữa gầy hoặc nước cốt chanh
- 1 muỗng cà phê chiết xuất vani

HƯỚNG DẪN:

PASTRY DOUGH:

a) Trong một bát lớn kết hợp men và sữa. Khuấy nhẹ nhàng trong 1 phút.

b) Thêm đường, 1½ chén bột mì và lòng trắng trứng. Khuấy 100 nét. Để tăng trong 30 phút.

c) Sau đó, thêm muối và 1 ⅓ chén bột mì, khuấy đều cho đến khi được trộn đều và bột bắt đầu tách khỏi thành bát.

d) Nhào bột trong năm phút, rắc bột còn sót lại nếu cần.

BÁNH QUẾ:

e) Rắc bột mì lên bề mặt làm việc. Đặt bột lên trên.

f) Rắc một lượng bột vừa đủ để bột không dính vào cây cán bột. Cán mỏng bột cho đến khi dày khoảng ¼ inch, theo hình chữ nhật.

g) Rắc hỗn hợp đường nâu quế lên trên. Nhẹ nhàng cuộn bột hình chữ nhật thành một khúc gỗ từ cạnh dài. Cắt thành các phần dày 2 inch. Đặt trên tấm cookie có viền chống dính.

h) Kết hợp lòng trắng trứng và sữa gầy để rửa trứng. Chải nhẹ đầu cuộn bằng nước rửa trứng. Nướng trong lò nướng 375 độ trong 20 phút hoặc cho đến khi mặt trên có màu nâu. Loại bỏ khuôn và đá ngay lập tức.

ĐÓNG BĂNG:

i) Đổ đường bột vào một bát nhỏ. Đun sôi sữa và đổ đường. Khuấy cho đến khi mịn. Thêm vani và khuấy cho đến khi trộn đều. Thìa lên cuộn quế.

Thực hiện: 4 phần ăn

THÀNH PHẦN:
- 1½ chén bột mì nguyên chất
- 1 muỗng canh Bột nở/hoặc baking soda
- 1 muỗng cà phê vani
- 1 muỗng cà phê quế
- 1 muỗng cà phê hạt Caraway
- 1 muỗng cà phê hạt lanh
- 1 cốc sữa chua không béo
- 1¼ cốc Sữa gầy

HƯỚNG DẪN:
a) Làm nóng bàn ủi waffle trong khi chuẩn bị bột.
b) Cho tất cả các thành phần này vào máy trộn và trộn kỹ.
c) Sử dụng ly đo ½ cốc, đổ lên bàn ủi bánh quế, đặt hẹn giờ trong 4 phút hoặc cho đến khi phần lớn hơi nước đã giảm bớt.

8. Bánh quy không béo

Thực hiện: 1 Khẩu phần

THÀNH PHẦN:
- 2 chén bột mì nguyên cám
- 2 muỗng cà phê Bột nở
- 1 muỗng canh Đường
- ¼ chén trứng thay thế
- 1½ muỗng canh Kem
- 1 chén nước và 2 muỗng cà phê giấm
- ½ thìa cà phê Baking soda
- ½ thìa muối;
- bình xịt chống dính

HƯỚNG DẪN:

a) Làm nóng lò ở 400 độ. Kết hợp bột mì, bột nở, đường, muối, muối nở và chất thay thế trứng cho đến khi có độ đặc giống như bột bánh quy.
b) Thêm hỗn hợp Creme It, trộn với nhau để hoàn thành bột.
c) Thả từng thìa lớn, cách nhau 2 inch trên tấm bánh quy, phủ nhẹ bằng bình xịt chống dính.
d) Nướng 8-10 phút.

MÓN KHAI THÁC VÀ MÓN CHẤM

9. <u>bóng matz o không béo</u>

Làm cho: 1 phần ăn

THÀNH PHẦN:
- ½ chén Bữa ăn Matza
- ½ muỗng cà phê muối
- ¾ muỗng cà phê Bột canh ăn liền
- 2 muỗng cà phê mùi tây xắt nhỏ
- 1 chút bột hành tây
- 3 Lòng trắng trứng
- 3 muỗng canh soda lạnh

HƯỚNG DẪN:

a) Khuấy các nguyên liệu khô với nhau Khuấy nhẹ lòng trắng trứng, soda và rau mùi tây bằng nĩa và đổ lên trên các nguyên liệu khô. Trộn đều và làm lạnh ít nhất một giờ.

b) Nặn thành 8 viên tròn (đường kính 1½ inch) và thả vào một nồi lớn có nước muối hoặc nước dùng đang sôi.

c) Giảm nhiệt và đun nhỏ lửa, đậy nắp, trong 30 phút. Không tháo nắp trong thời gian nấu.

d) Loại bỏ các viên matza bằng thìa có rãnh và dùng trong súp.

10. <u>kẹo dẻo</u>

Làm cho: 24 món ăn

THÀNH PHẦN:
- 10 ounce Kẹo dẻo
- 6 chén cơm Krispie
- 3 muỗng canh rắc

HƯỚNG DẪN:
a) Làm tan kẹo dẻo ở nhiệt độ thấp hoặc trong lò vi sóng.
b) Thêm bơ rắc và khuấy đều.
c) Thêm ngũ cốc và khuấy đều nhanh chóng.
d) Nhấn vào chảo 9 "x 13" được phủ bằng bình xịt nấu ăn.

11. F bánh nướng nhỏ sô cô la miễn phí

Thực hiện: 12 phần ăn

THÀNH PHẦN:
- 1 hộp nhỏ Jello nấu và phục vụ --
- bánh pudding sô cô la
- ½ chén sữa bột khô không béo
- 1 muỗng ca cao Hershey's không đường
- ½ chén đường
- 1 chén bột mì tự nổi
- 4 Lòng trắng trứng -- đánh với
- 1 nhúm muối trong 1-½ qt bát
- 1 muỗng cà phê vani
- 4 ounce Sốt táo
- ¼ thìa cà phê Baking soda

HƯỚNG DẪN:

a) Trong bát trộn vừa kết hợp bột jello, sữa bột, ca cao, đường và bột mì. Để qua một bên.

b) Với máy trộn điện, đánh xen kẽ vào hỗn hợp lòng trắng trứng, mỗi lần một cốc với vani, sốt táo và baking soda đã được trộn với nhau.

c) Đánh bại 2 phút sau lần bổ sung cuối cùng. Chia đều bột giữa 12 giếng cupcake có dòng giấy.

d) Nướng ở nhiệt độ 350~ khoảng 18-20 phút hoặc cho đến khi que thử sạch.

12. <u>bánh hạnh nhân</u>

Làm cho: 13

THÀNH PHẦN:
- ¼ chén sô cô la chip không đường
- ¼ chén bột ca cao không đường
- 1 chén hồ đào, xắt nhỏ (½ nạc)
- ½ chén bơ hạnh nhân
- ½ muỗng cà phê vani
- ¼ chén chất làm ngọt trái cây Monk
- ⅛ muỗng cà phê muối hồng

HƯỚNG DẪN:
a) Thêm quả hồ đào, chất làm ngọt, vani, bơ hạnh nhân, bột ca cao và muối vào máy xay thực phẩm và chế biến cho đến khi kết hợp tốt.

b) Chuyển hỗn hợp bánh hạnh nhân vào tô lớn. Thêm chip sô cô la và gấp tốt.

c) Tạo những viên tròn nhỏ từ hỗn hợp bánh hạnh nhân và đặt lên khay nướng.

d) Đặt trong tủ đông trong 20 phút.

13. <u>Quả bóng bí ngô</u>

Làm cho: 18

THÀNH PHẦN:
- 1 chén bơ hạnh nhân
- 5 giọt stevia lỏng
- 2 muỗng canh bột dừa
- 2 muỗng canh bí ngô nghiền
- 1 muỗng cà phê gia vị bánh bí ngô

HƯỚNG DẪN:

a) Trộn bí ngô nghiền nhuyễn trong một bát lớn và bơ hạnh nhân cho đến khi kết hợp tốt.

b) Thêm stevia lỏng, gia vị bánh bí ngô và bột dừa và trộn đều.

c) Tạo những quả bóng nhỏ từ hỗn hợp và đặt chúng lên khay nướng.

d) Đặt trong tủ đông trong 1 giờ.

14. <u>Bánh Tráng Cuốn Chay</u>

Làm cho: 2

THÀNH PHẦN:
- ½ quả dưa chuột, cắt thành que diêm
- Một nắm giá đỗ
- chưa nấu chín bánh tráng
- 4 củ hành lá
- Một nắm rau mùi , xắt nhỏ
- 1 củ cà rốt, cắt thành que diêm
- Amin lỏng
- 1 quả ớt

HƯỚNG DẪN:
a) Làm chín các cuộn bánh tráng bằng cách ngâm chúng trong một bát nước sôi lớn cho đến khi chúng trở nên dẻo.
b) Cho rau mùi với các nguyên liệu khác vào trong bánh tráng.
c) Lăn và mặc trong Liquid Aminos.

15. <u>Zucchini nhồi khoai tây</u>

Làm cho: 8

THÀNH PHẦN:
- 4 quả bí xanh, cắt đôi theo chiều dọc
- Chút muối
- 1½ củ khoai tây nướng, gọt vỏ và thái hạt lựu
- 2½ chén hành tây, thái hạt lựu
- 1 hạt tiêu serrano, xắt nhỏ
- 2 tép tỏi
- 1 muỗng cà phê bột rau mùi
- ¼ muỗng cà phê bột thì là
- ¼ muỗng cà phê bột nghệ
- hạt tiêu đen, mới xay
- 1½ muỗng canh gừng, xắt nhỏ
- 2 muỗng canh bột đậu xanh
- 1½ chén đậu xanh đông lạnh, rã đông
- 2 muỗng canh rau mùi

HƯỚNG DẪN:

a) Làm nóng lò ở nhiệt độ 375 độ F.

b) Nạo phần thịt ra khỏi nửa quả bí xanh, để lại lớp da dày khoảng ¼ inch.

c) Trong một cái chảo nông, sắp xếp các nửa bí xanh đã cắt lên trên.

d) Nêm một nửa zucchini với hạt tiêu và muối.

e) Nấu khoai tây trong 2 phút trong nồi nước sôi.

f) Xả nước thật kỹ và để nó sang một bên.

g) Đun nóng một ít nước và xào hành tây, serrano, tỏi và gừng trong 3 phút.

h) Trộn bột đậu xanh và gia vị trong 5 phút nữa .

i) Thêm khoai tây luộc, đậu xanh và rau mùi và tắt bếp.

j) Nhồi đều nửa quả bí ngòi với hỗn hợp rau củ,

k) Với nắp trên món ăn, nướng trong 20 phút.

MÓN CHÍNH

Làm cho: 4

THÀNH PHẦN:

- 2 tép tỏi, băm nhỏ
- ½ muỗng canh ớt bột hun khói
- 1 muỗng canh thì là
- ½ muỗng canh oregano khô
- ¼ muỗng canh ớt cayenne
- Muối và hạt tiêu đen
- 1 củ hành vàng
- 2 chén mì ống thuần chay chưa nấu chín
- 15-ounce hộp cà chua thái hạt lựu
- 15-ounce trái atisô quý
- Đậu xanh lon 19 ounce
- 1½ chén nước luộc rau
- ¼ bó mùi tây tươi, xắt nhỏ
- 1 quả chanh tươi, cắt thành nêm

HƯỚNG DẪN:

a) Trong một cái chảo lớn, đun nóng 2 muỗng canh nước và xào tỏi và hành tây cho đến khi mềm.

b) Thêm ớt bột hun khói, thì là, oregano, ớt cayenne và tiêu đen.

c) phút.

d) Thêm mì ống và nấu trong 2 phút.

e) Thêm đậu xanh và tim atisô với cà chua thái hạt lựu, nước luộc rau và muối.

f) Khuấy tất cả các thành phần tốt.

g) Đun sôi, sau đó đun nhỏ lửa trong 20 phút.

h) Tháo nắp, dùng nĩa đánh tơi và trang trí với rau mùi tây.

i) Vắt nước chanh trên mỗi khẩu phần.

Làm cho: 4

THÀNH PHẦN:
- 1 phần sốt teriyaki gừng
- 2 ớt chuông, thái hạt lựu
- 1 củ hành tây, thái hạt lựu
- 8 ounces đậu phụ, xắt nhỏ
- Đậu phộng, để trang trí (tùy chọn)

HƯỚNG DẪN:
a) Đun nóng 2 muỗng canh nước trong chảo trên lửa vừa và cao.
b) Thêm ớt chuông, hành tây và đậu phụ, nấu, thỉnh thoảng khuấy trong 5 đến 7 phút hoặc cho đến khi rau mềm.
c) Thêm sốt teriyaki vào chảo.
d) Nấu trong 3 đến 4 phút, khuấy liên tục cho đến khi nước sốt đặc lại.
e) Phục vụ, trang trí với đậu phộng, nếu dùng.

18. Bake d Tofu và Rau bina Lasagne

Làm cho: 2

THÀNH PHẦN:
- 2 nắm lớn rau mồng tơi
- 500g đậu phụ lụa mềm
- 1 quả cà tím, rang
- đánh vần lasagne
- 1 bí, nướng
- 8 quả cà chua Roma , bóc vỏ
- Một nắm húng quế tươi
- 1 quả ớt đỏ, rang và bóc vỏ
- 1 quả chanh
- 2 tép tỏi
- 1 củ hành đỏ

HƯỚNG DẪN:
a) Làm nóng lò ở 180 độ F.
b) Để làm nước sốt, cho hạt tiêu, cà chua, một nhánh tỏi và húng quế vào máy xay sinh tố và để sang một bên.

c) Trộn đậu phụ, tép tỏi khác, nước cốt chanh và rau bina để tạo thành hỗn hợp sệt.
d) Làm món lasagne bằng cách xếp lớp cà tím và bí xanh với số cà chua còn lại, đậu phụ, hỗn hợp rau bina và một lớp lasagne.
e) Nướng trong 35 phút.

19. <u>Nồi chiên không dầu</u>

Thực hiện: 4 phần ăn

THÀNH PHẦN:
● Gói đậu phụ siêu cứng 14 ounce, đông lạnh, rã đông, để ráo nước và ép
● ¼ chén tamari hoặc nước tương
● ⅛ chén giấm gạo
● ⅛ cốc mirin
● 2 muỗng cà phê xi-rô agave sáng hoặc tối hoặc mật ong thuần chay
● 2 muỗng cà phê tỏi băm
● 1 muỗng cà phê gừng tươi nạo
● 2 muỗng canh hạt vừng đen
● 2 muỗng canh mè trắng
● 1 muỗng cà phê tinh bột khoai tây

HƯỚNG DẪN:
a) Kết hợp tương tamari, giấm, rượu mirin, cây thùa, tỏi và gừng.
b) Đổ nước xốt lên đậu phụ, đậy nắp hộp và để trong tủ lạnh từ 1 đến 8 giờ.

c) Cắt đậu hũ thành miếng vuông.

d) Làm nóng nồi chiên không dầu ở nhiệt độ 390°F trong 3 phút.

e) Chà hạt vừng đen, hạt vừng trắng và tinh bột khoai tây lên đậu phụ.

f) Đặt đậu phụ vào giỏ nồi chiên không dầu và nấu ở nhiệt độ 390°F trong 15 phút.

g) Sau khoảng 7 phút, dùng kẹp gắp nhẹ để kiểm tra xem đậu không bị dính.

20. <u>Cơm ngò ăn liền</u>

Làm cho: 6

THÀNH PHẦN:
- 1⅓ chén gạo trắng
- ½ củ hành vàng, thái hạt lựu
- 1 tép tỏi, băm nhỏ
- 2 chén nước
- ½ muỗng canh nước dùng rau củ
- ½ chén đậu Hà Lan
- ½ muỗng cà phê thì là
- 2 ounces ớt xanh
- ¼ bó rau mùi, xắt nhỏ
- ¾ muỗng cà phê nước cốt chanh tươi
- muối để hương vị

HƯỚNG DẪN:
a) Thêm một ít nước, hành và tỏi vào Instant Pot và Press Sauté trong 4 phút.

b) Cho tất cả nguyên liệu còn lại vào nồi

c) Đậy nắp và cố định nắp. Xoay tay cầm xả áp của nó đến vị trí bịt kín

d) Nấu ở chức năng Thủ công với áp suất cao trong 7 phút.

e) Khi nó phát ra tiếng bíp, nhả Tự nhiên và mở nắp nồi tức thì. Trang trí với rau mùi tươi và phục vụ.

21. <u>Cơm chiên đậu hủ cải xoăn</u>

Làm cho: 4

THÀNH PHẦN:

- ¼ chén nước sốt chảo
- 8 ounces đậu phụ, xắt nhỏ
- 2 chén cải xoăn, bỏ cuống và thái nhỏ
- 3 chén gạo lứt nấu chín
- 6 củ hành tây, thái nhỏ

HƯỚNG DẪN:

a) Trong chảo, đun nóng 2-3 muỗng canh nước trên lửa lớn cho đến khi bắt đầu sôi.

b) Thêm đậu phụ, hành lá và cải xoăn.

c) Nấu, khuấy thường xuyên, cho đến khi rau mềm, từ 5 đến 7 phút.

d) Thêm gạo lứt và nước sốt chảo.

e) Nấu trong 3 đến 5 phút, thỉnh thoảng khuấy cho đến khi nóng qua.

22. <u>Nồi Cơm Điện Cơm Chiên</u>

Thực hiện: 4 phần ăn

THÀNH PHẦN:

- 1 chén cơm
- 1 ly nước
- 1 củ khoai tây nhỏ, gọt vỏ
- 1 chén cà rốt, thái hạt lựu
- 1 chén xúc xích kiểu Trung Quốc, thái lát
- 1 chén hành tây
- 1 chén đậu xanh đông lạnh
- 2 muỗng canh nước tương
- 1 muỗng canh dầu hào
- muối và hạt tiêu đen để hương vị

HƯỚNG DẪN

a) Xả gạo trong nước lạnh. Làm khô hạn.

b) Đổ gạo đã vo sạch vào nồi cơm điện.

c) Thêm một củ khoai tây đã gọt vỏ vào giữa, sau đó là cà rốt, xúc xích, hành tây và đậu xanh.

d) Thêm nước tương và dầu hào.

e) Đổ vào 1 cốc nước và đóng nắp lại.

f) Khi hết giờ, nhấc nắp ra và dùng thìa bẻ khoai tây.

g) Nhẹ nhàng trộn tất cả mọi thứ.

h) Nêm muối cho vừa ăn và hạt tiêu đen.

i) Phục vụ và thưởng thức!

23. <u>ăn liền & Gumbo nấm</u>

Làm cho: 4

THÀNH PHẦN:
- 3 tép tỏi, băm nhỏ
- 1 chén nấm, thái lát
- 1 chén đậu thận, ngâm qua đêm
- 1 quả ớt chuông, xắt nhỏ
- 2 muỗng canh nước sốt tamari
- 2 zucchini vừa, thái lát
- 2 chén nước dùng rau

HƯỚNG DẪN:
a) Thêm tất cả các thành phần vào nồi liền và khuấy đều.
b) Đậy nắp nồi và nấu ở nhiệt độ cao trong 8 phút,
c) Để áp suất xả tự nhiên trong 10 phút rồi xả bằng phương pháp xả nhanh.
d) Khuấy đều và phục vụ.

24. <u>Stovetop & Quinoa với rau</u>

Làm cho: 4

THÀNH PHẦN:
- 1 chén quinoa khô
- 1 củ hành trắng vừa, thái hạt lựu
- 4 tép tỏi
- ½ muỗng cà phê bột nghệ
- ½ muỗng cà phê ớt cayenne
- Chút muối
- 2 chén đậu xanh, tỉa và thái nhỏ
- 2 chén đậu xanh, bóc vỏ
- 1 quả ớt chuông đỏ, bỏ hạt và thái nhỏ
- 2 muỗng canh nước cốt chanh tươi
- 2 chén ngô
- 2 muỗng canh bột cà ri

HƯỚNG DẪN:
a) Đun sôi 2 cốc nước.

b) Thêm quinoa và khuấy để kết hợp.

c) Giảm nhiệt và tiếp tục nấu cho đến khi chất lỏng được hấp thụ.

d) Trong một chảo gang lớn, đun nóng 2 muỗng canh nước và xào hành tây, tỏi, bột cà ri, nghệ và muối trong khoảng 4-5 phút.

e) Thêm rau và nấu trong khoảng 4 phút.

f) Khuấy quinoa và đậu và nấu trong khoảng 2-3 phút. Mưa phùn với nước cốt chanh.

25. nồi liền Risotto đậu lăng

Làm cho: 2

THÀNH PHẦN:
- ½ chén đậu lăng khô, ngâm qua đêm
- 1 tép tỏi, nghiền nhẹ
- 2 chén nước dùng rau
- ½ củ hành vừa, xắt nhỏ.
- ½ nhánh cần tây, cắt nhỏ.
- 1 nhánh mùi tây, xắt nhỏ.
- ½ cốc Arborio

HƯỚNG DẪN:
a) Thêm 2 muỗng canh nước và hành tây vào Instant Pot và Nhấn Sauté trong 5 phút.
b) Thêm tất cả các nguyên liệu còn lại vào Instant Pot.
c) Đậy nắp và cố định nắp. Xoay tay cầm xả áp của nó đến vị trí bịt kín
d) Nấu trên chức năng Thủ công với áp suất cao trong 15 phút

e) Khi nó phát ra tiếng bíp, hãy thả tự nhiên trong 20 phút.

f) Khuấy đều và dùng nóng với cơm trắng.

26. <u>mặt bếp cà ri đậu lăng</u>

Làm cho: 5 cốc

THÀNH PHẦN:
- 2 muỗng cà phê hạt thì là
- ½ muỗng cà phê bột nghệ
- 1 thanh quế
- 1 lá quế
- ½ củ hành tím hoặc vàng, bóc vỏ và băm nhỏ
- 1 củ gừng, gọt vỏ và bào sợi
- 4 tép tỏi, bóc vỏ và xay hoặc băm nhỏ
- 2 quả cà chua, bóc vỏ và thái hạt lựu
- 2–4 quả ớt Thái xanh, xắt nhỏ
- 4 chén đậu lăng nấu chín
- 1½ muỗng cà phê muối biển thô
- 1 muỗng cà phê bột ớt đỏ hoặc ớt cayenne
- 2 muỗng canh rau mùi tươi xắt nhỏ

HƯỚNG DẪN:

a) Đun nóng 2 muỗng canh nước trong nồi nặng trên lửa vừa.

b) Thêm thì là, nghệ, quế và lá quế và nấu trong 30 giây.

c) Thêm hành tây và nấu cho đến khi chín.

d) Thêm củ gừng và tỏi.

e) Nấu thêm 2 phút.

f) Thêm cà chua và ớt xanh.

g) Đun nhỏ lửa trong 5 phút.

h) Thêm đậu lăng và nấu thêm 2 phút nữa.

i) Thêm nước, muối và bột ớt đỏ.

j) Đun nhỏ lửa trong 10 đến 15 phút.

k) Phục vụ trang trí với rau mùi.

27. <u>Vẹm hấp cà ri dừa</u>

Làm cho: 4

THÀNH PHẦN:
- 6 nhánh rau mùi
- 2 tép tỏi
- 2 củ hẹ
- ¼ muỗng cà phê hạt rau mùi
- ¼ muỗng cà phê ớt đỏ
- 1 muỗng cà phê vỏ
- 1 lon nước cốt dừa
- 1 muỗng canh bột cà ri
- 1 muỗng canh đường nâu
- 1 muỗng canh nước mắm
- 2 lb trai

HƯỚNG DẪN:
a) Trong một cái bát, kết hợp vỏ chanh, cọng ngò, hẹ, tỏi, hạt ngò, ớt và muối

b) Trong một cái chảo, đun nóng một ít nước và thêm tỏi, hẹ, bột nhão và bột cà ri

c) Nấu khoảng 3-4 phút thì cho nước cốt dừa, đường, nước mắm vào

d) Đun nhỏ lửa và thêm hến

e) Khuấy nước cốt chanh, lá ngò và nấu thêm vài phút nữa

f) Khi đã sẵn sàng, loại bỏ nhiệt và phục vụ.

28. <u>cá tuyết đen</u>

Làm cho: 4

THÀNH PHẦN:
- ¼ chén tương miso
- ¼ cốc rượu sake
- 1 muỗng canh mirin
- 1 muỗng cà phê nước tương
- 4 miếng cá tuyết đen

HƯỚNG DẪN:
a) Trong một bát kết hợp miso, nước tương và rượu sake.

b) Chà hỗn hợp lên phi lê cá tuyết và để ướp trong 20-30 phút

c) Điều chỉnh philê cá tuyết nướng và nướng thịt trong 10-12 phút

d) Khi cá chín vớt ra dùng

29. Cá hồi phủ Miso

Làm cho: 4

THÀNH PHẦN:
- ¼ chén miso đỏ
- ¼ cốc rượu sake
- 1 muỗng canh nước tương
- 4 miếng phi lê cá hồi

HƯỚNG DẪN:
a) Trong một bát kết hợp rượu sake, nước tương và miso.
b) Xoa hỗn hợp lên phi lê cá hồi và ướp trong 20-30 phút
c) Làm nóng trước gà thịt
d) Nướng cá hồi trong 5-10 phút
e) Khi đã sẵn sàng loại bỏ và phục vụ

30. <u>Quinoa với rau</u>

Làm cho: 8

THÀNH PHẦN:
- 2 chén quinoa, rửa sạch và để ráo nước
- 2 củ cà rốt, gọt vỏ và thái lát
- 1 chén nấm cremini thái lát
- 3 tép tỏi, băm nhỏ
- 4 chén nước dùng rau ít natri
- ½ muỗng cà phê muối
- 1 muỗng cà phê lá kinh giới khô
- ⅛ muỗng cà phê tiêu đen

HƯỚNG DẪN:
a) Trong nồi nấu chậm 6 lít, trộn tất cả nguyên liệu.

b) Nấu trên lửa nhỏ trong 5 đến 6 giờ, đậy nắp.

c) Khuấy hỗn hợp và phục vụ.

31. <u>Cơm Bò Bông Cải Xanh hoặc Súp Lơ</u>

Làm cho: 2

THÀNH PHẦN:
- 1 lb. bít tết thịt bò sống, cắt thành dải
- 1 muỗng canh + 2 muỗng cà phê nước tương ít natri
- 1 gói Splenda
- ½ cốc nước
- 1 ½ chén bông cải xanh
- 2 chén súp lơ nấu chín, nạo hoặc súp lơ đông lạnh

HƯỚNG DẪN:
a) Xào bít tết với nước tương và để yên trong khoảng 15 phút.
b) Đun nóng một ít nước trên lửa vừa và xào thịt bò trong 3-5 phút hoặc cho đến khi chín vàng.
c) Lấy ra khỏi chảo.
d) Đặt bông cải xanh, Splenda và nước.
e) Đậy nắp và nấu trong 5 phút hoặc cho đến khi bông cải xanh bắt đầu mềm, thỉnh thoảng khuấy.

f) Thêm thịt bò trở lại và đun nóng kỹ.

g) Dọn món ăn với cơm súp lơ.

SALAD VÀ CÁC MÓN

32. <u>cải xoăn nướng</u>

Làm cho: khoảng 8–10

THÀNH PHẦN:
- 500g cải xoăn
- Nhúm muối natri thấp
- 4 tép tỏi nhỏ
- Nhúm hạt tiêu đen xay

HƯỚNG DẪN:
a) Làm nóng lò ở nhiệt độ 120 độ C (250 độ F/Gas 12).
b) Quăng lá cải xoăn với tỏi lên khay nướng.
c) Nêm muối và hạt tiêu đều rồi nướng trong 20 phút.
d) Vớt lá đã rang ra và đặt lên giá để nguội.

Làm cho: 8 cốc

THÀNH PHẦN:

- 2 chén cà chua bi
- 1 muỗng canh garam masala
- 1 đầu súp lơ, loại bỏ phần hoa và thái lát
- 1 đầu bông cải xanh, loại bỏ những bông hoa và thái lát
- 2 muỗng cà phê muối biển thô

HƯỚNG DẪN:

a) Làm nóng lò ở nhiệt độ 425°F với giá đỡ lò ở vị trí trên cùng.

b) Kết hợp súp lơ, bông cải xanh và cà chua trong một bát trộn.

c) Trộn garam masala và muối.

d) Nhẹ nhàng kết hợp.

e) Đặt hỗn hợp lên khay nướng đã chuẩn bị sẵn.

f) Nấu trong 30 phút, khuấy một lần giữa chừng.

g) Cho phép làm mát một chút.

34. <u>Salad Bí Pantypan Nướng</u>

Thực hiện: 4 - 6 phần ăn

THÀNH PHẦN:
- 2 muỗng cà phê xi-rô phong
- ½ muỗng cà phê muối ăn
- ⅛ muỗng cà phê tiêu
- 1½ pound bí pattypan bé giảm một nửa theo chiều ngang
- 4 bắp ngô, cắt lấy hạt từ lõi ngô
- 1 pound cà chua chín, bỏ lõi, cắt thành miếng dày ½ inch và cắt đôi miếng theo chiều ngang
- 1 chén rau bồ công anh, tỉa và rách
- 2 muỗng canh hạt hướng dương rang
- Món pesto ít béo và không dầu yêu thích của bạn

HƯỚNG DẪN:
a) Đánh xi-rô phong, muối và hạt tiêu.
b) Thêm bí và ngô và quăng lên áo khoác.
c) Trải rau thành một lớp trên một tấm nong, xếp các mặt bí đã cắt xuống dưới.
d) Nướng cho đến khi mặt cắt của quả bí có màu nâu và mềm, từ 15 đến 18 phút.

e) Chuyển chảo sang giá dây và để hơi nguội trong khoảng 15 phút.

f) Kết hợp bí và ngô nướng, một nửa số pesto, cà chua và rau bồ công anh trong một bát lớn và trộn nhẹ nhàng để kết hợp.

g) Rắc sốt pesto còn lại và rắc hạt hướng dương nếu dùng.

35. <u>Máy sấy khoai tây vôi</u>

Làm cho: 2

THÀNH PHẦN:
- 1 thìa nước cốt chanh
- 2 củ khoai tây, làm sạch và cắt khối
- 1 muỗng canh hương thảo, xắt nhỏ
- ½ chén nước luộc rau
- Nhúm hạt tiêu đen để nếm thử

HƯỚNG DẪN:
a) Quăng tất cả các thành phần.
b) Đặt nhiệt độ thành 400 F và chiên không khí trong giỏ nồi chiên không khí trong 15 phút.

36. <u>Khoai tây nướng không dầu</u>

Làm cho: 4 phần ăn

THÀNH PHẦN:
- 6 củ khoai tây nhỏ màu nâu đỏ hoặc đỏ, luộc và cắt khối
- muối và hạt tiêu để hương vị

HƯỚNG DẪN

a) Làm nóng lò nướng của bạn ở nhiệt độ 450°F và lót một tấm nướng bằng giấy da.

b) Trải đều chúng trên tấm nướng.

c) Rắc muối và hạt tiêu lên khoai tây đã luộc chín rồi đặt khay nướng vào lò nướng trên giá giữa và nướng trong 35 phút hoặc cho đến khi khoai tây bắt đầu sủi bọt và có màu nâu.

d) Nếu bạn thích khoai tây sẫm màu hơn một chút và giòn hơn, hãy nấu thêm 10 hoặc 15 phút nữa.

e) Lấy ra khỏi lò và phục vụ.

37. <u>Khoai tây chiên giòn không dầu</u>

Làm cho: 6

THÀNH PHẦN:
- 2 pound khoai tây, gọt vỏ và cắt thành khối
- 3 muỗng canh bột báng
- ½ cốc aquafaba
- Chất lỏng từ lon đậu xanh
- Muối
- đồ gia vị

HƯỚNG DẪN
a) Làm nóng lò nướng đến 450F.

b) Lót một khay nướng bằng giấy da.

c) Đun sôi khoai tây trong khoảng 6 phút, cho đến khi bạn có thể chọc thủng khoai tây nhưng chúng vẫn giữ nguyên hình dạng.

d) Xả trong một cái chao và đặt sang một bên để làm mát.

e) Khi khoai tây đủ nguội để cầm, trộn vào bát với semolina, muối và hạt nêm. Mẹo vào khay nướng

f) Nướng trong 25 phút trước khi lật và nướng thêm 20 phút nữa.

38. Khoai tây hấp với bông cải xanh

Làm cho 4 phần ăn

THÀNH PHẦN:
- 1½ pound khoai tây giống
- 4 chén bông cải xanh
- 3 tép tỏi, băm nhỏ
- 1⁄4 muỗng cà phê ớt đỏ nghiền
- 15,5 ounce đậu trắng, để ráo nước và rửa sạch
- 1 muỗng cà phê mặn khô
- Muối và hạt tiêu đen mới xay
- 1 muỗng canh nước cốt chanh tươi

HƯỚNG DẪN:

a) Hấp khoai tây cho đến khi mềm, khoảng 20 phút. Để qua một bên.

b) Hấp bông cải xanh cho đến khi chín mềm, khoảng 7 phút. Để qua một bên.

c) Trong một cái chảo lớn, đun nóng 2 muỗng canh nước. Thêm tỏi và ớt đỏ nghiền nát.

d) Cho khoai tây hấp và bông cải xanh vào xào cùng.

e) Thêm đậu và mặn và nêm muối và hạt tiêu đen cho vừa ăn.

f) Nấu cho đến khi nóng qua, khoảng 5 phút.

g) Mưa phùn với nước cốt chanh.

39. <u>Lò vi sóng khoai tây cà ri</u>

Làm cho: 4 phần ăn

THÀNH PHẦN:
- 2 pound Khoai tây sáp, rửa sạch và nạo
- 3½ ounce Hẹ tây, thái nhỏ
- Muối và tiêu
- ⅔ chén nước luộc rau
- 1½ muỗng cà phê bột cà ri
- 3 ounce phô mai Parmesan từ thực vật, bào

HƯỚNG DẪN:

a) Đặt hẹ và thịt xông khói vào đĩa Pyrex hình bầu dục và cho vào lò vi sóng, không đậy nắp, ở chế độ Cao trong 3 phút. Rắc hỗn hợp với muối và hạt tiêu và thêm khoai tây.

b) Khuấy đều và đổ nước dùng.

c) Đậy nắp và lò vi sóng ở nhiệt độ cao trong 12 phút.

d) Trộn bột cà ri và phô mai Parmesan có nguồn gốc từ thực vật và rắc lên hỗn hợp khoai tây.

e) Lò vi sóng, không đậy nắp, bật Cao trong 2 phút.

40. Salad cà rốt, cải bó xôi & hạnh nhân

Làm cho: 2

THÀNH PHẦN:
- 1 bó lá mồng tơi non
- 1 củ cà rốt
- ¼ bắp cải đỏ, cắt nhỏ
- 2 củ hành tây, cắt dọc
- Một nắm hạnh nhân, thái lát
- 1 tép tỏi, băm nhỏ
- ¼ quả bưởi
- ½ quả chanh

HƯỚNG DẪN:

a) Quăng tất cả các thành phần trong một bát salad .

b) Ăn mặc với chanh.

41. Salad thảo mộc rau bina và rau bina

Làm cho: 3-4

THÀNH PHẦN:
- Lá xà lách cừu, rách
- Xà lách romaine, rách
- 1 bó lá mồng tơi non
- Rau mùi tươi
- Rau mùi tây sạch
- Thì là
- 2 củ hành tây, thái lát
- nước cốt ½ quả chanh

HƯỚNG DẪN:
a)   Kết hợp tất cả các thành phần trong một bát trộn.

42. <u>Salad rau bina, tên lửa và bơ</u>

Làm cho: 3-4

THÀNH PHẦN:
- 250g rau mồng tơi
- 1 củ hành tây
- ½ quả bơ xắt nhỏ
- Nước cốt của ½ quả chanh
- 1 ít tên lửa
- Muối Himalaya & tiêu đen

HƯỚNG DẪN:
a)　　Rửa kỹ tất cả các loại rau xanh và đặt chúng vào một đĩa salad lớn.

b)　　Cắt mỏng hành tím, cắt nhỏ quả bơ và trộn các loại lá với nhau. Làm cho quả bơ khá thô để nó trở thành một phần của nước xốt và phủ một phần lá.

c)　　Rưới salad với nước cốt chanh lên trên.

d)　　Nêm với muối và hạt tiêu.

43. Salad đậu tuyết hạt thông & măng tây

Làm cho: 2

THÀNH PHẦN:
- 2 chén đậu tuyết
- 1 bó măng tây tươi
- ½ gói giá đỗ tươi
- 1 chén rau bina
- Rắc hạt thông

HƯỚNG DẪN:
a) Hấp măng tây và đậu tuyết trong 3-6 phút ở nhiệt độ thấp.
b) Kết hợp măng tây và đậu Hà Lan với một chút muối và hạt tiêu.
c) Rưới nước cốt chanh tươi lên món salad.

44. <u>Salad rau xanh và hạt</u>

Làm cho: 3-4

THÀNH PHẦN:
- 100g đậu phụ
- 1 nắm lá hỏa tiễn
- 1 bó xà lách cos
- 1 nắm rau diếp cừu
- 2 bó rau mồng tơi
- ½ lon đậu xanh
- 1 quả bơ
- 1 nắm hạt và quả hạch
- 6 quả cà chua bi
- ½ quả dưa chuột
- 1 khẩu phần quinoa, nấu chín
- ½ quả ớt xanh hoặc đỏ
- Chanh vàng
- Muối Himalaya & tiêu đen

HƯỚNG DẪN:
a) Chiên nhẹ đậu phụ trong dầu hạnh nhân.
b) Quăng mọi thứ lại với nhau.

45. <u>Đậu xanh</u>

Làm cho: 4

THÀNH PHẦN:
- 11 oz. đậu xanh
- 1 muỗng canh bột hành
- ½ muỗng cà phê muối
- ¼ muỗng cà phê hạt tiêu đỏ

HƯỚNG DẪN:
a) Đậu xanh vo thật sạch rồi cho vào bát.
b) Rắc đậu xanh với bột sư tử, muối và ớt.
c) Lắc kỹ hạt đậu xanh.
d) Làm nóng trước tủ lạnh không khí 400F.
e) Cho đậu xanh vào nồi chiên ngập dầu và nấu trong 8 phút.
f) Tiếp theo, lắc đậu xanh và nấu chúng trong 4 phút hoặc hơn ở 400 F.

SÚP VÀ HỚT

46. <u>Rang Tomato Soup</u>

Làm cho: 6

THÀNH PHẦN:
- 3 pound cà chua theo cách giảm một nửa
- 6 củ tỏi (đập dập)
- muối để hương vị
- ¼ chén kem nặng (tùy chọn)
- Lá húng quế tươi thái nhỏ để trang trí

HƯỚNG DẪN:
a) Lò nướng ở nhiệt độ trung bình khoảng 427 độ F, làm nóng lò trước.

b) Trong bát trộn của bạn, trộn nửa quả cà chua, tỏi, muối và hạt tiêu

c) Trải hỗn hợp cà chua lên khay nướng đã chuẩn bị sẵn

d) Trong quá trình 20-28 phút, rang và khuấy

e) Sau đó lấy nó ra khỏi lò và bây giờ rau củ đã rang sẽ được chuyển sang nồi súp

f) Khuấy trong lá húng quế

g) Trộn từng phần nhỏ trong máy xay sinh tố

h) Phục vụ ngay lập tức

47. <u>Cheeseburger Soup</u>

Làm cho: 4

THÀNH PHẦN:
- 14,5 oz. có thể xúc xắc cà chua
- 1 lb thịt bò xay 90% nạc
- ¾ chén cần tây xắt nhỏ
- 2 muỗng cà phê nước sốt Worrouershire
- 3 chén nước dùng gà ít natri
- ¼ muỗng cà phê muối
- 1 muỗng cà phê mùi tây khô
- 7 chén rau bina non
- ¼ muỗng cà phê tiêu xay
- 4 oz. phô mai cheddar cắt nhỏ ít chất béo

HƯỚNG DẪN:

a) Lấy một nồi súp lớn và nấu thịt bò cho đến khi nó chuyển sang màu nâu.

b) Thêm cần tây và xào cho đến khi mềm.

c) Lấy ra khỏi nhiệt và xả chất lỏng dư thừa. Khuấy nước dùng, cà chua, rau mùi tây, sốt Worrouershire, hạt tiêu và muối.

d) Đậy nắp lại và đun trên lửa nhỏ trong khoảng 20 phút.

e) Thêm rau bina và nấu cho đến khi héo trong khoảng 1-3 phút.

f) Lên trên mỗi phần ăn của bạn với 1 ounce pho mát.

48. ớt đậu lăng nhanh

Làm cho: 10

THÀNH PHẦN:
- 1½ chén hạt tiêu hoặc hạt tiêu thái hạt lựu
- 5 chén nước luộc rau (nên có hàm lượng natri thấp)
- 1 muỗng canh tỏi
- ¼ muỗng cà phê tiêu mới xay
- 1 chén đậu lăng đỏ
- 3 thìa đầy ớt bột
- 1 muỗng canh thì là

HƯỚNG DẪN:
a) Đặt nồi của bạn trên lửa vừa

b) Kết hợp hành tây, ớt đỏ, nước luộc rau ít natri, tỏi, muối và tiêu

c) Luôn nấu và khuấy cho đến khi hành tây trong hơn và tất cả chất lỏng bay hơi. Việc này sẽ mất khoảng 10 phút.

d) Thêm phần nước dùng còn lại, nước cốt chanh, bột ớt, đậu lăng, thìa là và đun sôi.

e) Giảm nhiệt tại thời điểm này, đậy nắp trong khoảng 15 phút để đun nhỏ lửa cho đến khi đậu lăng được nấu chín.

f) Rưới ít nước nếu hỗn hợp có vẻ đặc.

g) Ớt sẽ chín hoàn toàn khi phần lớn nước được hấp thụ.

h) Phục vụ và thưởng thức.

49. <u>*Kem Súp lơ Súp*</u>

Làm cho: 6

THÀNH PHẦN:
- 5 chén cơm súp lơ
- 8 oz. phô mai cheddar, nạo
- 2 cốc sữa hạnh nhân không đường
- 2 chén nước dùng rau
- 2 muỗng canh nước
- 2 tép tỏi, băm nhỏ

HƯỚNG DẪN:
a) Nấu tỏi trong một ít nước trong 1-2 phút.

b) Thêm cơm súp lơ và nước.

c) Đậy nắp và nấu trong 5-7 phút.

d) Bây giờ thêm rau và sữa hạnh nhân và khuấy đều.

e) Đun sôi.

f) Vặn nhiệt xuống thấp và đun nhỏ lửa trong 5 phút.

g) Tắt lửa.

h) Từ từ thêm phô mai cheddar và khuấy cho đến khi mịn.
i) Nêm súp với hạt tiêu và muối.
j) Khuấy đều và dùng nóng.

50. <u>Súp taco gà Cr o ckpot</u>

Làm cho: 6

THÀNH PHẦN:
- 2 ức gà rút xương đông lạnh
- 2 hộp đậu trắng hoặc đậu đen
- 1 hộp cà chua thái hạt lựu
- ½ gói gia vị taco
- ½ muỗng cà phê muối tỏi
- 1 chén nước luộc gà
- Muối và hạt tiêu cho vừa ăn
- Tortilla chip, kem chua phô mai và rau mùi như toppings

HƯỚNG DẪN:

a)   Đặt gà đông lạnh của bạn vào nồi sành và đặt các thành phần khác vào bể.

b)   Để nấu trong khoảng 6-8 giờ.

c)   Sau khi nấu chín, lấy thịt gà ra và xé nhỏ theo kích cỡ bạn muốn.

d)   Cuối cùng, đặt thịt gà xé vào crockpot và đặt nó trên nồi nấu chậm. Khuấy và cho phép nấu ăn.

e)   Bạn có thể cho thêm củ đậu và cà chua cũng giúp miếng thịt căng và ngon hơn.

51. <u>Hầm đậu lăng nhẹ</u>

Thực hiện: 4-6 phần ăn

THÀNH PHẦN:
- 250 g đậu lăng nâu
- 1 quả bí xanh
- 2 củ cà rốt
- 1 củ hành tây
- 1 tép tỏi
- 1 lá nguyệt quế
- 2 nhánh cà chua nhỏ
- 1 miếng gừng
- 2 nhánh rau mùi hoặc mùi tây
- Muối và tiêu

HƯỚNG DẪN:
a) Chuẩn bị rau. Đầu tiên, bạn bóc vỏ hành và tỏi rồi băm nhỏ. Sau đó, gọt vỏ gừng và thái nhỏ.

b) Và cuối cùng, gọt vỏ cà rốt, rửa sạch bí xanh, bỏ hạt và cắt thành khối vuông.

c) Đun nóng một ít nước trong soong, thêm một nửa số hành tây và tỏi và nấu trong khoảng 3 hoặc 4 phút hoặc lâu hơn.

d) Sau đó thêm gừng, lá nguyệt quế, cà rốt và bí ngòi vào xào một chút.

e) Sau khi xào rau, thêm đậu lăng.

f) Đậy nắp với ¾ lít (750 ml) nước và nấu trên lửa nhỏ trong 45 phút cho đến khi đậu lăng mềm và để riêng.

LẮP RÁP TẤM

g) Cuối cùng, rửa sạch cà chua và thái nhỏ. Trộn chúng với phần hành và tỏi còn lại, nêm muối, tiêu và dầu còn lại. Chia đậu lăng thành 4 bát hoặc tô, thêm cà chua băm và một ít lá rau mùi hoặc rau mùi tây.

h) Và nếu bạn muốn có một phiên bản tươi và cực nhanh, thay vì hầm đậu lăng, bạn có thể mua chúng đã được nấu chín và làm món salad.

i) Bạn phải xào rau một chút, nhưng không quá nhiều để chúng vẫn còn nguyên vị. Và trộn chúng với đậu lăng đã được nấu chín và để ráo nước, và cà chua băm.

52. <u>Súp rau và quinoa</u>

Làm cho: 2 phần ăn

THÀNH PHẦN:
- 1 quả bí xanh lớn
- 2 củ cà rốt vừa
- ½ bánh canh
- 4 bông súp lơ
- ½ quả cà chua
- 4 ly nước
- 1 củ hành tây
- 3 muỗng canh quinoa
- Muối

HƯỚNG DẪN:
a) Nấu tất cả mọi thứ trong nước và muối, bí xanh, cà rốt, mandioquinha, súp lơ, cà chua và hành tây.
b) Khi mọi thứ đã chín, đã đến lúc thêm quinoa đã chiên.
c) Tắt bếp và dùng ngay.

53. <u>Súp giảm béo C gà và đậu</u>

Làm cho: 8

THÀNH PHẦN:
- 200 g ức gà
- Muối
- 1 củ hành tây xắt nhỏ
- 2 tép tỏi, băm nhỏ
- 2 chén cà chua bi xắt nhỏ
- 2 củ cà rốt xắt nhỏ
- 1 quả ớt xanh xắt nhỏ
- 1 quả ớt băm nhỏ
- 1 thìa ớt bột
- 1 ½ muỗng cà phê thì là
- 1 muỗng cà phê nghệ
- 1 muỗng cà phê ớt bột
- ¼ muỗng cà phê oregano khô

● 4 chén nước dùng gà ít natri
● 2 chén ngô
● 500 g đậu đen rửa sạch để ráo nước
● 1 chén rau mùi tươi
● 1 chén phô mai

HƯỚNG DẪN:

a) Nấu ức gà trong chảo chứa đầy nước trên lửa vừa và cao trong 10 đến 15 phút; Xóa sạch nó.

b) Đổ một ít nước vào một cái chảo lớn và đun nóng trên lửa vừa.

c) Thêm hành tây và tỏi trong khoảng 5 đến 8 phút hoặc cho đến khi hành tây trong mờ.

d) Cho cà chua, cà rốt, ớt và đánh đều vào máy xay sinh tố hoặc máy xay thực phẩm.

e) Cho gia vị và 1 thìa cà phê vào chảo của bước 3. Thêm gà xé, hỗn hợp ở bước 4, bắp, đậu và 2/4 chén hành ngò. Nếu bạn thấy súp quá đặc, hãy cho nước vào.

f) Nấu với chảo được đậy kín một phần trong 30 phút đến một giờ, cho đến khi ngô vẫn mềm.

g) Phục vụ súp trang trí với pho mát và phần còn lại của rau mùi.

54. <u>Khoai tây và nước dùng</u>

Làm cho: 6

THÀNH PHẦN
- 2 pound khoai tây mới
- 6 cốc nước
- 6 viên bò hầm

HƯỚNG DẪN:
a) Thêm khoai tây vào nước sôi.
b) Thêm nước dùng và nấu ở nhiệt độ thấp trong 1 giờ.

55. <u>Súp lơ trắng nghệ vàng</u>

Làm cho: 4

THÀNH PHẦN

- 3 tép tỏi, băm nhỏ
- 3 muỗng canh dầu hạt nho
- ⅛ muỗng canh ớt đỏ nghiền
- 1 muỗng canh bột nghệ
- ¼ cốc nước cốt dừa nguyên chất
- 6 chén hoa súp lơ
- 1 muỗng canh bột thì là
- 1 củ hành tây hoặc củ thì là, băm nhỏ
- 3 chén nước luộc rau

HƯỚNG DẪN:

a)   Kết hợp và nấu ở nhiệt độ thấp trong 1 giờ.

56. <u>Súp giải rượu Crockpot</u>

Làm cho: 6

THÀNH PHẦN
- dưa cải bắp đóng hộp 16 ounce; rửa sạch
- 2 lát thịt xông khói, nấu chín
- 4 chén nước dùng thịt bò
- ½ pound xúc xích Ba Lan; thái lát và nấu chín
- 1 củ hành tây; băm nhỏ
- 1 muỗng cà phê hạt thì là
- 2 quả cà chua; băm nhỏ
- 1 quả ớt chuông; băm nhỏ
- 2 cọng cần tây; cắt lát
- 2 thìa cà phê ớt bột
- 1 chén nấm, thái lát
- ½ chén kem chua

HƯỚNG DẪN:
a) Kết hợp các thành phần trong một crockpot.
b) Nấu trong 1 giờ ở nhiệt độ thấp.

57. Súp khoai tây Đức

Làm cho: 6

THÀNH PHẦN :
- 6 cốc nước
- 3 chén khoai tây thái hạt lựu
- 1¼ chén cần tây thái lát
- ½ muỗng cà phê muối
- ½ chén hành tây, thái hạt lựu
- ⅛ muỗng cà phê tiêu

THỊT BÓNG THẢ:
- ½ muỗng cà phê muối
- 1 quả trứng đánh tan
- ⅓ cốc nước
- 1 chén bột mì đa dụng

HƯỚNG DẪN:
a) Trộn 6 thành phần đầu tiên bằng Crockpot và Nấu ở nhiệt độ thấp trong khoảng 1 giờ cho đến khi mềm.
b) Loại bỏ và nghiền rau

c) CHO BÚN:
d) Trộn bột mì, nước, muối và trứng.
e) Rắc lên súp nóng.
f) Nấu trong khoảng 15 phút.

Làm cho: 4

THÀNH PHẦN:
- 1 pound măng tây, cắt bỏ thân
- 2 khối đậu phụ, ép và cắt khối
- 2 tép tỏi, băm nhỏ
- 1 muỗng cà phê hỗn hợp gia vị Cajun
- 1 muỗng cà phê mù tạt
- 1 quả ớt chuông, xắt nhỏ
- ¼ chén nước luộc rau
- Muối và hạt tiêu đen, để hương vị

HƯỚNG DẪN:
a) Dùng một cái chảo lớn với nước muối nhạt, cho măng tây vào và nấu cho đến khi mềm trong 10 phút; làm khô hạn.
b) Đặt chảo ở nhiệt độ cao và đun nóng một ít nước; khuấy khối đậu phụ và nấu trong 6 phút.

c) Cho tỏi vào và nấu trong 30 giây cho đến khi mềm.

d) Cho các nguyên liệu còn lại vào khuấy đều, kể cả măng tây để riêng và nấu thêm 4 phút.

e) Chia giữa các đĩa và phục vụ.

59. <u>Súp cà chua kem cỏ xạ hương</u>

Làm cho: 6

THÀNH PHẦN:
- 2 muỗng canh ghee
- ½ chén hạt điều thô, thái hạt lựu
- 2 (28 oz.) lon cà chua
- 1 muỗng cà phê lá húng tây tươi + thêm để trang trí
- 1 ½ cốc nước
- Muối và hạt tiêu đen để nếm

HƯỚNG DẪN:
a) Nấu ghee trong nồi trên lửa vừa và xào hành tây trong 4 phút cho đến khi mềm.
b) Khuấy cà chua, cỏ xạ hương, nước, hạt điều và nêm muối và tiêu đen.
c) Đậy nắp và đun nhỏ lửa trong 10 phút cho đến khi chín kỹ.
d) Mở ra, tắt lửa và xay nhuyễn các nguyên liệu bằng máy xay sinh tố.

e) Điều chỉnh theo khẩu vị và khuấy trong kem nặng.
f) Thìa vào bát súp và phục vụ.

60. Nấm & Jalapeño Hầm

Làm cho: 4

THÀNH PHẦN:

- 1 chén tỏi tây, xắt nhỏ
- 1 tép tỏi, băm nhỏ
- ½ chén cần tây, xắt nhỏ
- ½ chén cà rốt, xắt nhỏ
- 1 quả ớt chuông xanh, xắt nhỏ
- 1 hạt tiêu jalapeño, xắt nhỏ
- 2 ½ chén nấm, thái lát
- 1 ½ chén nước dùng rau củ
- 2 quả cà chua, xắt nhỏ
- 2 nhánh húng tây, xắt nhỏ
- 1 nhánh hương thảo, xắt nhỏ
- 2 lá nguyệt quế
- ½ muỗng cà phê muối

- ¼ muỗng cà phê tiêu đen xay
- 2 muỗng canh giấm

HƯỚNG DẪN:

a) Đặt một cái nồi trên lửa vừa và làm ấm dầu.

b) Thêm tỏi và tỏi tây và xào cho đến khi mềm và mờ.

c) Thêm hạt tiêu đen, cần tây, nấm và cà rốt.

d) Nấu khi bạn khuấy trong 12 phút; khuấy trong một giọt rau củ để đảm bảo không có dính.

e) Khuấy trong phần còn lại của các thành phần.

f) Đặt nhiệt ở mức trung bình; để lửa nhỏ trong 25 đến 35 phút hoặc cho đến khi chín hẳn.

g) Chia ra từng bát và dùng nóng.

61. <u>súp Súp lơ</u>

Làm cho: 4

THÀNH PHẦN:
- 1 muỗng cà phê tỏi, băm nhỏ
- 1 pound súp lơ, cắt thành hoa
- 1 chén cải xoăn, xắt nhỏ
- 4 chén nước luộc rau
- ½ cốc sữa hạnh nhân
- ½ muỗng cà phê muối
- ½ muỗng cà phê hạt tiêu đỏ
- 1 muỗng canh mùi tây tươi xắt nhỏ

HƯỚNG DẪN:
a) Đặt một cái nồi trên lửa vừa và làm nóng dầu.
b) Thêm tỏi và hành tây và xào cho đến khi chín và mềm.
c) Cho vào nước luộc rau, cải xoăn và súp lơ; nấu trong 10 phút cho đến khi hỗn hợp sôi.

d) Khuấy hạt tiêu, muối và sữa hạnh nhân; giảm nhiệt và đun sôi súp trong 5 phút.

e) Chuyển súp vào máy xay sinh tố và trộn để đạt được độ đặc mong muốn; rắc mùi tây lên trên và dùng ngay.

62. <u>kem cải xoăn</u>

Làm cho: 4

THÀNH PHẦN:
- 1 củ hành tây, thái hạt lựu
- 4 chén cải xoăn
- 1 chén bông cải xanh
- 6 chén nước luộc rau không ướp muối
- 1 muỗng cà phê bột tỏi
- ½ muỗng cà phê muối biển
- ¼ muỗng cà phê tiêu đen, mới xay
- Số ít Microgreen
- sữa dừa

HƯỚNG DẪN:
a) Trong một cái chảo, đun nóng một ít nước.
b) Thêm hành tây và xào cho đến khi hành tây mềm khoảng 5 phút.
c) Trộn cải xoăn, bông cải xanh, nước luộc rau, bột tỏi, muối và hạt tiêu.

d) Đun nhỏ lửa trong 15 phút, thỉnh thoảng khuấy .
e) Trộn mọi thứ cho đến khi trơn tru.
f) Phục vụ với rau xanh và nước cốt dừa.

63. Cà ri đậu xanh và rau củ

làm cho: 3

THÀNH PHẦN:
- 15 ounce đậu xanh, rửa sạch và để ráo nước
- ¼ chén hành tây, thái hạt lựu
- 4 tép tỏi, nghiền nát
- 2-3 muỗng canh nước
- ½ muỗng cà phê rau mùi
- ½ muỗng cà phê thì là
- ½ muỗng cà phê bột nghệ
- ¼ muỗng cà phê bạch đậu khấu
- 1 miếng gừng, xắt nhỏ
- ¼ muỗng cà phê bột quế
- ⅓ muỗng cà phê ớt cayenne
- ½ cốc nước cốt dừa
- 3 muỗng canh bơ hạnh nhân
- ¾ chén nước luộc rau
- ½ chén zucchini, thái lát

- ½ chén cà rốt, gọt vỏ và thái lát
- ½ quả ớt chuông đỏ, bỏ hạt và thái lát
- ¼ muỗng cà phê hạt tiêu đỏ, nghiền nát
- nhúm muối
- Nhúm hạt tiêu đen
- ¼ chén rau mùi tươi, xắt nhỏ
- 1 muỗng cà phê nước cốt chanh

HƯỚNG DẪN:

a) Cho hành tây, gừng, tỏi và nước vào máy xay sinh tố và xay nhuyễn cho đến khi mịn.

b) Cho một ít nước vào chảo và nấu các gia vị trong khoảng 30 giây.

c) Xào trong 9 phút sau khi thêm hỗn hợp hành tây.

d) Thêm nước cốt dừa và bơ hạnh nhân và trộn đều.

e) Tăng nhiệt lên mức trung bình cao.

f) Khuấy nước dùng, đậu xanh, rau, hạt tiêu, muối và hạt tiêu .

g) Đun nhỏ lửa trong 10 phút, sau đó thêm nước cốt chanh và rau mùi.

64. <u>Đậu và bông cải xanh ớt</u>

Làm cho: 2

THÀNH PHẦN :
- 1 bó rau mồng tơi
- Muối Himalaya và hạt tiêu đen mới xay
- 2 muỗng canh nước ép cà chua
- 1 củ hành tây, xắt nhỏ
- 1 tép tỏi, nghiền nát
- 1 quả ớt đỏ, thái lát mỏng
- ½ muỗng cà phê thì là xay
- ½ muỗng cà phê rau mùi
- 1 đầu bông cải xanh, thái nhỏ
- 1 hộp cà chua xắt nhỏ
- Nêm vôi, để phục vụ
- ½ viên rau củ không men
- Dash Aminos lỏng
- 200g đậu đỏ lon, để ráo nước

HƯỚNG DẪN:

a) Đun nóng nước dùng và hấp hành và tỏi .

b) Thêm viên nước dùng , cà chua, bột cà chua , ớt, thìa là, rau mùi, sốt Aminos, muối và tiêu.

c) Đun nhỏ lửa trong khoảng 20 phút .

d) Kết hợp đậu thận và rau mùi tươi trong một bát trộn và nấu thêm 9 phút nữa.

e) Lên trên với bông cải xanh sống và rau bina.

65. <u>Cà ri xanh kiểu Thái</u>

Làm cho: 2

THÀNH PHẦN:
- 1 muỗng cà phê bột cà ri xanh
- 2 củ hành lá
- Bông cải xanh
- ¼ bông súp lơ
- 1 củ cà rốt thái lát
- 125ml nước cốt dừa
- Một ít rau mùi
- 6 khối đậu phụ cứng
- Gừng lớn, thái lát
- 1 nhánh sả, đập dập
- 1-2 quả ớt, thái lát
- 2 quả chanh, vắt lấy nước
- 1 bó cải ngọt
- mì soba

a) Kết hợp ớt, chanh và sả. Đặt sang một bên để ngấm.

b) Xào rau xanh và đậu hũ với các loại rau khác.

c) Thêm ớt, chanh và sả đã ngâm, cũng như nước cốt dừa và bột nhão.

d) Đun nhỏ lửa trong năm phút trước khi dùng trên mì soba.

làm cho: 3

THÀNH PHẦN:
- 1½ chén bông cải xanh
- 1½ chén hoa súp lơ
- 1 củ hành tây thái lát lớn
- ¼ muỗng cà phê gừng tươi, nạo
- 2 tép tỏi, băm nhỏ
- nhúm muối
- Nhúm hạt tiêu đen
- 2 chén nước luộc rau
- 1 pound hạt điều
- 1 muỗng cà phê bột thì là
- 1 muỗng cà phê ớt cayenne
- 1 muỗng canh nước cốt chanh, mới vắt
- 1 muỗng cà phê vỏ chanh tươi, nạo

HƯỚNG DẪN:

a) Xào hành tây với một ít nước trong khoảng 3 phút.

b) Thêm tỏi, gừng và gia vị .

c) Đun sôi với 1 chén nước dùng.

d) Thêm rau và đun sôi lại.

e) Nấu, thỉnh thoảng khuấy, trong 15 đến 20 phút với nắp đậy.

f) Tắt bếp sau khi thêm nước cốt chanh.

g) Ăn nóng với hạt điều và vỏ chanh.

67. **Hầm đậu lăng & bí đỏ**

Làm cho: 4

THÀNH PHẦN:
- 225g đậu lăng nâu, ngâm
- 2 củ hành nâu
- 750ml nước dùng rau củ không lúa mì
- 4 củ cà rốt
- ½ quả bí đỏ
- 1 củ khoai lang
- 2 củ khoai tây trắng
- 1 nhánh cần tây
- Một nắm đậu Hà Lan tươi
- cải xoong
- 2 muỗng canh thì là tươi
- 1 muỗng cà phê nước sốt tamari

HƯỚNG DẪN:
a) Mang đến nước dùng và hành tây để đun sôi trong chảo.

b) Cho đậu lăng, khoai tây, bí, cà rốt vào đun nhỏ lửa trong 15 phút.

c) Cho cần tây, đậu Hà Lan tươi, lá và thì là vào.

nước sốt

68. <u>Trang trại hạt điều kem</u>

Thực hiện: 6 phần ăn

THÀNH PHẦN:
- ½ chén hạt điều thô ngâm trong 3-4 giờ hoặc qua đêm
- ½ cốc nước ngọt
- 2 muỗng cà phê thì là khô
- 1 muỗng cà phê bột tỏi
- 1 muỗng cà phê bột hành
- ½ muỗng cà phê muối biển
- một nhúm hạt tiêu đen

HƯỚNG DẪN

j) Cho hạt điều đã ngâm và ráo nước vào máy xay với ½ cốc nước, thì là, bột tỏi, bột hành, muối và hạt tiêu.

k) Xay đến khi mịn.

69. <u>trang trại Mayo thuần chay</u>

Làm cho: 1½ cốc

THÀNH PHẦN:
- 1 chén sốt mayonnaise thuần chay
- 6 muỗng canh nước
- 2 muỗng cà phê giấm táo
- 1 muỗng canh mùi tây khô
- 1 muỗng cà phê hẹ khô
- 1 muỗng cà phê bột tỏi
- 1 muỗng cà phê bột hành
- ½ muỗng cà phê thì là khô
- muối và tiêu

HƯỚNG DẪN
a) Cho tất cả các nguyên liệu vào bát sau đó đánh đều cho đến khi mịn.
b) Thêm nhiều nước hơn để làm loãng băng nếu muốn.
c) Bảo quản trong tủ lạnh từ 1-2 tuần.

70. <u>Sốt balsamic kem</u>

Làm cho: 1 cốc

THÀNH PHẦN:
- ½ chén nước dùng rau củ
- ¼ cốc nước cốt chanh mới vắt
- 2 muỗng canh giấm balsamic
- 2 muỗng canh mù tạt Dijon
- 2 tép tỏi, băm nhỏ
- 1 muỗng canh xi-rô phong nguyên chất
- 1 muỗng cà phê muối
- Nhúm ớt tươi

HƯỚNG DẪN
a) Thêm nước dùng, balsamic, nước cốt chanh, tỏi, Dijon, muối xi-rô cây thích và hạt tiêu vào bình thợ xây.
b) Đậy nắp thật chặt và lắc lên.
c) Giữ tốt đến 5 ngày trong tủ lạnh.

71. <u>Sốt Balsamic húng quế</u>

Làm 2 muỗng canh

THÀNH PHẦN:
- 2 muỗng cà phê giấm balsamic
- 1 muỗng cà phê mù tạt Dijon
- 1 muỗng cà phê men dinh dưỡng
- ¼ muỗng cà phê húng quế khô
- muối biển và hạt tiêu đen mới xay

HƯỚNG DẪN
a) Kết hợp tất cả các thành phần với 2 muỗng cà phê nước trong lọ hoặc hộp đựng Tupperware.
b) Đóng nắp và lắc trong vài giây để trộn đều.

Thực hiện: 4 phần ăn

THÀNH PHẦN:
- 1 cốc dâu tây, rửa sạch và bỏ cuống
- ¼ chén giấm balsamic
- ¼ cốc nước
- 1 muỗng canh Dijon hoặc mù tạt tự làm
- 1 tép tỏi, băm nhỏ
- ¼ muỗng cà phê muối
- ¼ muỗng cà phê tiêu

HƯỚNG DẪN

a) Làm nóng lò nướng của bạn ở nhiệt độ 425 F.

b) Lót một tấm nướng bằng giấy bạc, gấp các cạnh lên để tạo thành một bức tường nhỏ.

c) Đặt dâu tây vào lò nướng và nướng trong 15 phút, hoặc cho đến khi có màu caramel.

d) Thêm tất cả các thành phần vào máy xay sinh tố.

e) Nghiền hỗn hợp cho đến khi mịn và nhất quán.
f) Phục vụ lạnh và giữ lạnh.

73. Kem chua Chipotle D ressing

Thực hiện: 4 phần ăn

THÀNH PHẦN:
- 1 cốc kem chua ít béo
- 1 chipotle trong adobo
- 2 muỗng canh sốt adobo
- 1 tép tỏi
- 1 quả chanh, vắt lấy nước
- ⅛ muỗng cà phê bột rau câu

HƯỚNG DẪN

a) Trong một máy xay sinh tố, kết hợp tất cả các thành phần cho Chipotle Dressing.

b) Trộn cho đến khi mịn hoàn toàn.

74. <u>Chipotle sữa chua thuần chay</u>

Thực hiện: 12 phần ăn

THÀNH PHẦN:
- 1 ½ cốc sữa chua làm từ thực vật không đường
- 2 ớt chipotle trong adobo
- 1 muỗng canh ớt bột hun khói
- Nước cốt của ½ quả chanh
- 1 tép tỏi
- ½ củ hẹ
- ¼ muỗng cà phê muối
- ¼ muỗng cà phê tiêu đen
- 1 muỗng canh hành lá, xắt nhỏ

HƯỚNG DẪN
a) Cho tất cả nguyên liệu ngoại trừ hành lá vào máy xay sinh tố và chế biến ở nhiệt độ cao cho đến khi thành dạng kem.
b) Cho hành lá vào trộn đều và nêm nếm gia vị cho vừa ăn.

75. <u>Hummus Caesar</u>

Thực hiện: 8 phần ăn

THÀNH PHẦN:
- ¼ cốc hummus thuần chay mua ở cửa hàng
- 1 muỗng cà phê mù tạt cay
- ½ muỗng cà phê vỏ chanh
- 3 thìa nước cốt chanh
- 2 muỗng cà phê bạch hoa, băm nhỏ, cộng với nước muối
- 4 tép tỏi, băm nhỏ
- 1 nhúm muối biển + tiêu
- 1 muỗng cà phê xi-rô cây thích
- Nước nóng

HƯỚNG DẪN

a) Trong một bát trộn, kết hợp hummus, mù tạt cay, vỏ chanh, nước cốt chanh, bạch hoa, nước cốt và tỏi.

b) Đánh thật kỹ để kết hợp.

c) Thêm một ít nước nóng để pha loãng cho đến khi có thể đổ được và đánh cho đến khi kem và mịn.

d) Dùng ngay hoặc bảo quản ngăn mát tủ lạnh từ 5-7 ngày.

76. <u>Sốt điều Caesar</u>

Làm cho: 8 phần ăn

THÀNH PHẦN:
- 1 chén hạt điều thô, ngâm qua đêm
- ¾ cốc nước
- 2 tép tỏi
- 3 thìa nước cốt chanh
- 1 muỗng canh mù tạt Dijon
- 1 muỗng canh bạch hoa, để ráo nước
- 1 muỗng canh sốt Worrouershire thuần chay
- ½ muỗng cà phê muối

HƯỚNG DẪN
a) Xả hạt điều và thêm vào máy xay của bạn.
b) Thêm các thành phần còn lại và trộn cho đến khi rất mịn.
c) Băng sẽ giữ được tối đa 1 tuần trong tủ lạnh.

77. *Sốt Tahini Caesar Thuần Chay*

Làm cho: 1 cốc

THÀNH PHẦN:
- 4 tép tỏi
- ½ chén tahini
- ¼ cốc nước cốt chanh tươi
- 3 muỗng canh men dinh dưỡng
- 2 muỗng canh giấm rượu vang đỏ
- 2 muỗng cà phê mù tạt Dijon
- 2 muỗng cà phê sốt Worrouershire thuần chay
- 1 muỗng cà phê agave
- ½ muỗng cà phê muối kosher
- ¼ thìa cà phê tiêu đen mới xay
- ¼ cốc nước ấm

HƯỚNG DẪN

a) Trong máy xay sinh tố, thêm tỏi, tahini, nước cốt chanh, men dinh dưỡng, giấm, mù tạt, Worcestershire, cây thùa, muối, hạt tiêu đen và nước ấm.

b) Trộn cho đến khi rất mịn, khoảng 2 phút.

c) Phục vụ ngay lập tức hoặc bảo quản trong tủ lạnh tối đa 5 ngày.

78. Giấm balsamic

Thực hiện: 4 phần ăn

THÀNH PHẦN:
- ¼ cốc mật ong
- ½ chén giấm balsamic
- ¼ chén nước dùng rau củ
- Muối Himalaya và hạt tiêu đen để nếm thử

HƯỚNG DẪN
a) Kết hợp giấm balsamic, nước dùng và mật ong trong một bát trộn để chuẩn bị nước sốt.
b) Nêm với muối và hạt tiêu.

Thực hiện: 6 phần ăn

THÀNH PHẦN:
- ½ cốc nước cốt chanh tươi
- 1 muỗng cà phê vỏ chanh nạo
- 2 muỗng canh giấm rượu trắng
- 1 muỗng canh hẹ băm nhỏ
- 2 muỗng canh tarragon tươi băm nhỏ
- 2 thìa cà phê mật ong
- ½ chén nước dùng rau củ
- muối Kosher và tươi
- tiêu trắng

HƯỚNG DẪN
a) Trong một cái đĩa, trộn nước cốt chanh, vỏ chanh, giấm, hẹ tây, ngải giấm và mật ong rồi trộn bằng Máy trộn cầm tay.

b) Từ từ kết hợp nước dùng, bằng cách đánh bằng tay hoặc đập 2 đến 3 lần bằng Máy trộn cầm tay.

c) Dầu giấm không được nhũ hóa mà vẫn rất nhẹ trong cơ thể.

d) Nêm nếm với muối và hạt tiêu
e) Bảo quản trong tủ lạnh tối đa 3 ngày.

Làm ¼ cốc

THÀNH PHẦN:
- 2 muỗng canh Giấm rượu gạo
- 1 muỗng canh hẹ tươi, thái hạt lựu
- 1 muỗng cà phê Gừng tươi, nạo
- ½ muỗng cà phê muối
- ¼ muỗng cà phê tiêu xay tươi

HƯỚNG DẪN

c) Trộn giấm, hẹ, gừng, muối và hạt tiêu trong một đĩa nhỏ.

d) Lưu trữ cho đến khi sẵn sàng để sử dụng.

81. *giấm mâm xôi*

Làm cho: 2 cốc

THÀNH PHẦN:
- 1⁄3 chén quả mâm xôi tươi
- 1⁄3 chén mù tạt Dijon
- 2 tép tỏi
- 1 ¼ chén giấm balsamic
- 2 muỗng canh xi-rô phong
- 3⁄4 muỗng cà phê muối biển
- ¼ muỗng cà phê tiêu đen

HƯỚNG DẪN
a) Kết hợp tất cả các thành phần trong máy xay cho đến khi trộn đều.
b) Điều chỉnh xi-rô cây phong và gia vị cho vừa ăn.

82. <u>Sốt phô mai hạt điều thuần chay</u>

Thực hiện: 6 phần ăn

THÀNH PHẦN:
- 1,5 chén Hạt điều ngâm & ngâm qua đêm
- ¾ cốc nước
- ½ cốc men dinh dưỡng
- 1 muỗng canh mù tạt hoặc mù tạt Dijon
- 3 muỗng canh nước cốt chanh
- 1 muỗng cà phê ớt bột hun khói
- ½ muỗng canh Nghệ
- 1 muỗng canh bột tỏi
- 1 muỗng cà phê muối
- 3 tép tỏi, bóc vỏ

HƯỚNG DẪN

a) Để ráo hạt điều sau đó cho tất cả nguyên liệu vào máy xay sinh tố.

b) Trộn trên cao cho đến khi kem và mịn.

83. nước sốt mì châu Á

Thực hiện: 10 phần ăn

THÀNH PHẦN:
- ¼ chén nước dùng rau củ
- ¼ chén giấm gạo
- 3 muỗng mật hoa agave
- 3 muỗng canh bơ đậu phộng ít chất béo
- 2 muỗng canh nước tương ít natri
- 1 muỗng canh sốt tiêu Sriracha
- 1 muỗng canh gừng tươi băm nhỏ
- 2 muỗng cà phê tỏi băm nhỏ, khoảng 4 tép
- ¾ chén đậu phộng rang không muối, xắt nhỏ (tùy chọn)
- ¾ chén rau mùi tươi thái nhỏ

HƯỚNG DẪN

a) Đánh đều nước dùng, giấm gạo, mật cây thùa, bơ đậu phộng ít béo, nước tương, Sriracha, gừng và tỏi.

b) Rắc đậu phộng (nếu dùng) và ngò lên trên.

c) Phục vụ ướp lạnh hoặc ở nhiệt độ phòng.

84. <u>nước xốt salad châu Á</u>

Thực hiện: 8 phần ăn

THÀNH PHẦN:
- ¼ chén nước tương giảm natri
- 2 thìa mật ong
- 1 muỗng canh giấm gạo
- 1 muỗng cà phê tỏi băm
- 1 muỗng cà phê củ gừng nạo
- ½ muỗng cà phê hạt tiêu đỏ nghiền

HƯỚNG DẪN

a) Đánh đều nước tương, mật ong, giấm, tỏi, gừng và ớt đỏ nghiền nát với nhau trong một bát trộn lớn.

b) Điều chỉnh xi-rô cây phong và gia vị cho vừa ăn.

Làm cho: 2 cốc

THÀNH PHẦN:
- 5 quả cà chua chín hoặc cà chua mận, xắt nhỏ
- 1 ớt serrano, bỏ hạt và băm nhỏ
- ¼ chén hành tím xắt nhỏ
- 1 tép tỏi, băm nhỏ
- 1 muỗng canh rau mùi tươi băm nhỏ
- 1 muỗng canh nước cốt chanh tươi
- ½ muỗng cà phê muối

HƯỚNG DẪN

a) Trong một bát thủy tinh, kết hợp tất cả các thành phần và trộn đều.

b) Che và đặt sang một bên trong 30 phút trước khi phục vụ. Nếu không sử dụng ngay, hãy đậy nắp và làm lạnh cho đến khi sẵn sàng sử dụng.

c) Món salsa này ngon nhất nếu được dùng ngay trong ngày làm, nhưng nếu được bảo quản đúng cách, nó sẽ giữ được đến 2 ngày.

86. <u>Salsa xoài cay và ớt đỏ</u>

Làm cho: 2½ cốc

THÀNH PHẦN:
- 1 quả xoài chín, gọt vỏ, rỗ và cắt thành con xúc xắc ¼ inch
- 1/3 chén hành tím băm nhỏ
- 1 quả ớt chuông đỏ nhỏ, xắt nhỏ
- 1 quả jalapeño nhỏ, bỏ hạt và băm nhỏ
- 2 muỗng canh rau mùi tây tươi hoặc rau mùi
- 1 muỗng canh nước cốt chanh tươi
- Muối

HƯỚNG DẪN

a) Trong một bát thủy tinh, kết hợp tất cả các thành phần, trộn đều, đậy nắp và để trong 30 phút trước khi ăn. Nếu không sử dụng ngay, hãy làm lạnh cho đến khi sẵn sàng sử dụng.

b) Món salsa này ngon nhất nếu được dùng ngay trong ngày làm, nhưng nếu được bảo quản đúng cách, nó sẽ giữ được đến 2 ngày.

87. <u>Chipotle-Cà chua Salsa</u>

Làm cho: 2 cốc

THÀNH PHẦN:
- 2 quả cà chua chín, xắt nhỏ
- 1⁄3 chén hành tím băm nhỏ
- 1 chipotle đóng hộp trong adobo
- ¼ chén rau mùi tươi xắt nhỏ
- 2 muỗng canh nước cốt chanh tươi
- ¼ muỗng cà phê muối

HƯỚNG DẪN
a) Trong một bát thủy tinh, kết hợp tất cả các thành phần.
b) Làm lạnh cho đến khi sẵn sàng để sử dụng.
c) Được bảo quản đúng cách, nó sẽ giữ được tối đa 2 ngày.

Làm cho: 3 cốc

THÀNH PHẦN:
- 2 chén dứa tươi xắt nhỏ
- 1 quả đu đủ chín, gọt vỏ, bỏ hạt và cắt thành xúc xắc ¼ inch
- ½ chén hành tím băm nhỏ
- ¼ chén rau mùi hoặc mùi tây tươi xắt nhỏ
- 2 muỗng canh nước cốt chanh tươi
- 1 muỗng cà phê giấm táo
- 2 muỗng cà phê đường
- ¼ muỗng cà phê muối
- 1 quả ớt đỏ nhỏ, bỏ hạt và băm nhỏ

HƯỚNG DẪN

a) Trong một bát thủy tinh, kết hợp tất cả các thành phần, trộn đều, đậy nắp và để ở nhiệt độ phòng trong 30 phút trước khi dùng hoặc để trong tủ lạnh cho đến khi sẵn sàng sử dụng.

b) Món salsa này ngon nhất nếu được dùng ngay trong ngày làm, nhưng được bảo quản đúng cách, nó sẽ giữ được đến 2 ngày.

89. <u>cà chua salsa</u>

Làm cho: 1½ cốc

THÀNH PHẦN:
- 5 quả cà chua, bóc vỏ và thái nhỏ
- 1⁄3 chén hành tây vàng ngọt xắt nhỏ
- 1⁄3 chén rau mùi tươi xắt nhỏ
- 1 quả jalapeño nhỏ, bỏ hạt và băm nhỏ
- 1 muỗng canh nước cốt chanh tươi
- 1 muỗng canh nụ bạch hoa, cộng với 1 muỗng cà phê băm nhỏ
- ½ muỗng cà phê muối

HƯỚNG DẪN

a) Trong một bát thủy tinh, kết hợp tất cả các thành phần và trộn đều.

b) Đặt sang một bên trong 30 phút trước khi phục vụ.

c) Bảo quản đúng cách sẽ giữ được trong tủ lạnh tối đa 2 ngày.

90. <u>Salsa Verde</u>

Làm cho: 1¼ cốc

THÀNH PHẦN:
- 4 hoặc 5 quả cà chua, bỏ vỏ và thái nhỏ
- 1 củ hẹ vừa, xắt nhỏ
- 1 tép tỏi, băm nhỏ
- 1 ớt serrano, bỏ hạt và thái nhỏ
- 1¼ chén lá ngò tươi
- 1 muỗng canh nước cốt chanh tươi
- nhúm đường
- ½ muỗng cà phê muối
- 1/8 muỗng cà phê tiêu đen mới xay

HƯỚNG DẪN

a) Trong một bộ xử lý thực phẩm, kết hợp cà chua, hẹ tây, tỏi, ớt (nếu sử dụng), rau mùi tây và rau mùi và xung cho đến khi thái nhỏ.

b) Thêm các thành phần còn lại và xay cho đến khi được trộn đều, nhưng vẫn còn kết cấu thô.

c) Chuyển sang bát thủy tinh, đậy nắp và để ở nhiệt độ phòng trong 30 phút trước khi dùng hoặc để trong tủ lạnh cho đến khi sẵn sàng sử dụng.

d) Được bảo quản đúng cách, nó sẽ giữ được tối đa 2 ngày.

91. <u>Salsa đỏ nướng</u>

Làm cho: 2 cốc

THÀNH PHẦN:
- 15 ounce cà chua rang lửa thái hạt lựu, để ráo nước
- 1 tép tỏi, đại khái băm nhỏ
- ½ chén hành trắng, xắt nhỏ
- ¼ chén lá ngò tươi
- ½ quả jalapeño vừa, xắt nhỏ
- 1 muỗng canh nước cốt chanh
- ½ muỗng cà phê muối biển mịn

HƯỚNG DẪN:
a) Trong một bộ xử lý thực phẩm, đập tỏi để băm nhuyễn hơn.
b) Thêm cà chua và tất cả nước trái cây còn lại từ hộp.
c) Thêm hành tây, rau mùi, jalapeño, nước cốt chanh và muối.
d) Xử lý hỗn hợp cho đến khi nó gần như mịn và không còn lại những miếng cà chua hoặc hành tây lớn, cạo xuống hai bên nếu cần.
e) Phục vụ salsa ngay lập tức hoặc lưu trữ nó sau này.

92. <u>Trang trại không dầu</u>

Thực hiện: 2 phần ăn

THÀNH PHẦN:
- 1 chén hạt điều thô, ngâm qua đêm
- 2 muỗng cà phê nước cốt chanh
- 1 tép tỏi, bóc vỏ
- ½ muỗng cà phê muối biển
- 1 nhúm tiêu đen
- ¼ muỗng cà phê bột hành
- 1¼ muỗng cà phê giấm táo
- 1 muỗng cà phê xi-rô cây thích
- 1 muỗng canh thì là tươi băm nhỏ

HƯỚNG DẪN

a) Ngâm hạt điều trong nước rất nóng trong 30 phút hoặc qua đêm.

b) Để ráo nước và rửa sạch hạt điều nhiều lần.

c) Chuyển sang máy xay sinh tố và thêm tỏi, muối, hạt tiêu, bột hành, nước cốt chanh, giấm và xi-rô cây thích.

d) Xay ở tốc độ cao trong 2 phút hoặc cho đến khi thật mịn và mượt.

e) Thêm thì là và xung nhiều lần để kết hợp.

f) Dùng ngay hoặc để ngăn mát tủ lạnh 3-4 tiếng.

MÓN TRÁNG MIỆNG

93. **Nướng yến mạch __ Brûlée**

Thực hiện: 6 phần ăn

THÀNH PHẦN:
- 3 ¼ cốc sữa thực vật không béo
- 2 chén yến mạch cán mỏng
- 1 muỗng cà phê chiết xuất vani
- 1 thìa cà phê quế
- 1 chén quả mâm xôi hoặc quả mọng bạn chọn
- 2 muỗng canh quả óc chó, xắt nhỏ
- 2 muỗng canh đường nâu

HƯỚNG DẪN:
a) Làm nóng lò nướng ở nhiệt độ 350°F và xếp bánh nướng xốp .
b) Đun sữa từ thực vật ở nhiệt độ cao trong nồi.
c) Trộn yến mạch và đậy nắp trong 5 phút .
d) Thêm vani và quế và khuấy để kết hợp.
e) Đổ bột yến mạch vào mỗi nửa cốc bánh nướng xốp.

f) Làm lạnh cho 20 phút.

g) Trên mỗi cốc bột yến mạch có quả mọng, quả óc chó (nếu dùng) và đường nâu.

h) Nướng cho đến khi vàng , khoảng 1 phút .

94. <u>bánh trái cây vàng</u>

Thực hiện: 20 phần ăn

THÀNH PHẦN:
- 1 pound Kẹo dứa
- ¾ pound Quả mơ khô
- ½ pound Đào khô
- ¼ chén bột mì
- 1 chén đường
- ½ muỗng cà phê Bột nở
- 1½ cốc bột mì
- 1 chén nước sốt táo
- 1 chén Lòng trắng trứng
- 1 muỗng canh vani
- 1 muỗng canh chiết xuất chanh
- rượu mùi cam

HƯỚNG DẪN:

a) Cắt dứa, quả mơ và đào thành những viên xúc xắc ½ inch và trộn trong một bát lớn. Thêm bột mì, trộn đều để phủ lên trái cây. Trong một bát riêng, rây đường, bột nở và bột mì vào với nhau.

b) Làm nóng lò ở 250.

c) Trong bát nhỏ kết hợp sốt táo, lòng trắng trứng, vani và chiết xuất chanh. Khuấy vào hỗn hợp trái cây khô. Thêm hỗn hợp bột, khuấy cho đến khi trộn.

d) Múc bột vào chảo ống 9 inch, xịt nhẹ bằng bình xịt chống dính.

e) Nướng 3 giờ. Để bánh nguội trên giá.

f) Lấy ra khỏi chảo. Ngâm miếng vải sạch trong rượu mùi cam. Bọc bánh.

g) Bảo quản trong hộp đậy kín trong tủ lạnh một tháng hoặc lâu hơn trước khi dùng, thỉnh thoảng thêm rượu mùi vào bánh.

Làm cho: 2

THÀNH PHẦN:
- 4 muỗng canh hạt chia
- 1 chén nước cốt dừa không đường
- ½ chén quả mâm xôi

HƯỚNG DẪN:
a) Thêm quả mâm xôi và nước cốt dừa vào máy xay sinh tố và xay cho đến khi mịn.
b) Đổ hỗn hợp vào hũ thủy tinh.
c) Cho hạt Chia vào lọ và khuấy đều.
d) Đậy nắp bình và lắc đều rồi cho vào tủ lạnh trong 3 giờ.
e) Phục vụ ướp lạnh và thưởng thức.

96. **Pudding bơ chanh**

Làm cho: 9

THÀNH PHẦN:
- 2 quả bơ chín, bỏ hạt và cắt miếng
- 1 muỗng canh nước cốt chanh tươi
- 14 oz lon nước cốt dừa
- 2 muỗng cà phê stevia lỏng
- 2 muỗng cà phê vani

HƯỚNG DẪN:
a) Kết hợp tất cả các thành phần và trộn cho đến khi mịn.
b) Phục vụ.

97. <u>Bánh cà rốt</u>

Thực hiện: 16 phần ăn

THÀNH PHẦN:
- 3 chén bột bánh chưa rây
- 2 muỗng cà phê Bột nở
- 1 muỗng cà phê bột quế
- 1 muỗng cà phê nhục đậu khấu
- ½ muỗng cà phê muối
- 1 lon (16-oz.) Nửa quả lê Bartlett trong nước trái cây không đường
- 1¼ chén đường nâu nhạt được đóng gói chắc chắn
- 3 lòng trắng trứng lớn
- 1 muỗng canh Vỏ cam bào mịn
- 3 thìa nước cam
- 2 chén Cà rốt bào sợi thô
- 1 chén dâu tây tươi xắt nhỏ
- 1 muỗng cà phê Đường bánh kẹo

● ngọn cà rốt

HƯỚNG DẪN:

h) Trong tô lớn, trộn bột mì, bột nở, muối nở, quế, nhục đậu khấu và muối; để qua một bên. Để ráo nước lê, dự trữ nước ép để sử dụng khác. Trong máy xay thực phẩm có gắn lưỡi cắt, hãy xay lê cho đến khi mịn; để qua một bên.

i) Làm nóng lò nướng đến 350 độ F.

j) Bôi trơn rộng rãi chảo ống trang trí 9 inch. Trong tô lớn, với máy trộn điện ở tốc độ trung bình, đánh nhuyễn lê, đường nâu và lòng trắng trứng cho đến khi trộn đều, thỉnh thoảng dùng thìa cao su cạo sạch tô.

k) Giảm tốc độ máy trộn xuống thấp; đánh hỗn hợp bột, vỏ cam và nước trái cây cho đến khi hỗn hợp bột được làm ẩm. Đừng đánh quá cao. Với thìa cao su, cho cà rốt và dâu tây vào cho đến khi trộn đều.

l) Đổ vào chảo đã chuẩn bị.

m) Nướng từ 45 đến 55 phút hoặc cho đến khi que thử bánh được đưa vào giữa lấy ra sạch sẽ. Làm nguội bánh trong chảo trên giá dây 10 phút. Lật ngược bánh lên giá dây và lấy chảo ra; bánh nguội hoàn toàn.

n) Ngay trước khi phục vụ, chuyển bánh sang đĩa phục vụ. Đặt đường bánh kẹo vào lưới lọc nhỏ và rây lên trên mặt bánh.

o) Trang trí đĩa với ngọn cà rốt, nếu muốn.

98. **Nam việt quất Táo Sobert**

Thực hiện: 4 phần ăn

THÀNH PHẦN:

- 2 quả táo vàng ngon,
- Bóc vỏ,
- bỏ lõi, và cắt nhỏ
- 2 cốc nước ép nam việt quất

HƯỚNG DẪN:

a) Trong chảo cỡ trung bình, kết hợp táo và nước trái cây. Đun sôi.

b) Giảm nhiệt để đun nhỏ lửa, đậy nắp và nấu trong 20 phút hoặc cho đến khi táo rất mềm.

c) Khám phá và đặt sang một bên để làm mát đến nhiệt độ phòng.

d) Trong bộ xử lý thực phẩm hoặc máy xay sinh tố, xay nhuyễn táo và nước trái cây cho đến khi mịn.

e) Đổ vào máy làm kem và chế biến thành kem hấp theo hướng dẫn của nhà sản xuất. (chuyển đến 9.) HOẶC 6. Nếu không sử dụng máy làm kem , hãy đổ hỗn hợp nhuyễn vào khuôn vuông 9 inch .

Đậy nắp và làm đông lạnh cho đến khi đông lạnh một phần - khoảng 2 giờ.

f) Trong khi đó, làm lạnh một cái tô lớn và máy đánh trứng bằng máy trộn điện.

g) Cho hỗn hợp nhuyễn vào bát đã làm lạnh và đánh ở tốc độ thấp cho đến khi các miếng vụn ra, sau đó đánh ở tốc độ cao cho đến khi mịn và bông - khoảng 1 phút.

h) Gói sorbet vào ngăn đông lạnh và đóng băng vài giờ trước khi phục vụ.

99. <u>Fudge miễn phí chất béo</u>

Thực hiện: 64 phần ăn

THÀNH PHẦN:
- 3 cốc Đường
- ⅔ cốc cacao ít béo
- 1½ cốc Sữa tách béo cô đặc
- ¼ chén rắc
- ½ muỗng cà phê chiết xuất vani
- ½ muỗng cà phê chiết xuất hạnh nhân

HƯỚNG DẪN:
a) Đun sôi đường, ca cao và sữa - khuấy liên tục.

b) Sau khi đạt được - ngừng khuấy - sử dụng nhiệt kế kẹo để đạt đến giai đoạn bóng mềm - 234 F.

c) Tắt bếp, rắc thêm các loại gia vị và chiết xuất lên trên. Đừng Khuấy.

d) L et nhiệt độ giảm xuống 110 F.

e) Đánh kỹ cho đến khi mất độ bóng.

f) Làm việc nhanh chóng để trải rộng trong chảo 8 hoặc 9 inch. Để nguội và cắt.

100. *bánh gừng không béo*

Thực hiện: 1 Khẩu phần

THÀNH PHẦN:
- ⅔ chén Bột mì đa dụng
- ⅓ chén Bột mì nguyên cám
- ¼ chén bột bắp
- 1½ muỗng cà phê Bột nở
- 1 thìa cà phê gừng tươi nạo
- 1 thìa cà phê gừng xay
- ½ muỗng cà phê bột quế
- ½ muỗng cà phê muối
- 1 chén đường
- ⅔ cốc Sữa tách béo
- 2 Lòng trắng trứng
- ⅓ chén xi-rô ngô đậm hoặc nhạt
- 1 muỗng cà phê chiết xuất vani
- mâm xôi tươi

HƯỚNG DẪN:

a) Làm nóng lò nướng đến 350 độ. Xịt chảo nướng vuông 9 inch bằng bình xịt nấu rau. Trong tô lớn, khuấy đều bột mì đa dụng, bột mì nguyên cám, bột bắp, bột nở, gừng tươi, gừng xay, quế và muối nếu muốn.

b) Trong tô vừa, dùng máy đánh trứng, khuấy đường và sữa.

c) Thêm lòng trắng trứng, xi-rô ngô và vani; đánh bằng máy đánh trứng cho đến khi hòa quyện.

d) Dần dần thêm hỗn hợp chất lỏng vào hỗn hợp bột, khuấy bằng máy đánh trứng cho đến khi mịn. Đổ bột vào chảo chuẩn bị. Nướng 30 phút hoặc cho đến khi gắp gỗ nhét vào giữa lấy ra sạch sẽ. Để nguội 5 phút; chuyển từ chảo sang giá dây.

e) Để nguội hoàn toàn. Phục vụ với quả mâm xôi, nếu muốn.

f) Trang trí như mong muốn.

Nhìn chung, nấu ăn với dầu có xu hướng không tốt cho sức khỏe. Mặc dù nó có thể giúp thêm hương vị và kết cấu mong muốn cho một số món ăn, nhưng nó không mang lại bất kỳ lợi ích sức khỏe nào. Hơn bất cứ điều gì, nó bổ sung một lượng đáng kể chất béo, muối và calo vào bữa ăn, có thể làm tăng lượng đường trong máu và làm phức tạp quá trình tiêu hóa.

Tuy nhiên, nếu bạn dự định thực hiện bất kỳ thay đổi mạnh mẽ nào về chế độ ăn uống với dầu - hoặc bất kỳ loại thực phẩm nào khác cho vấn đề đó - thì điều cần thiết là phải hỏi ý kiến bác sĩ. Khi chế độ ăn kiêng hoặc chương trình thể dục yêu cầu bạn cắt bỏ một số loại thực phẩm nhất định, bạn nên nói chuyện với bác sĩ để đảm bảo bạn đang đi đúng hướng và bảo vệ sức khỏe tổng thể của mình. Bác sĩ của bạn cũng có thể thông báo cho bạn về bất kỳ tác dụng phụ tiềm ẩn nào liên quan đến việc cắt giảm một số loại thực phẩm khỏi chế độ ăn uống của bạn.

www.ingramcontent.com/pod-product-compliance
Lightning Source LLC
Chambersburg PA
CBHW051114050726

47592CB00002B/819